காரணம் எல்லாம் காதல்

வில்சன்

NOTION PRESS

NOTION PRESS

India. Singapore. Malaysia.

ISBN xxx-x-xxxxx-xx-x

தமிழுக்கும்,

காதலுக்கும்,

காதலர்களுக்கும்,

நான் படித்த புத்தகங்களுக்கும்,

என்னை கவிதை எழுதத் தூண்டிய கவிப்பேரரசு வைரமுத்து, நா.முத்துக்குமார் மற்றும் தபூ சங்கர் இவர்களின் காதல் கவிதைகளுக்கும்,

எல்லாம் வல்ல இறைவனுக்கும் இப்புத்தகம் சமர்ப்பணம்..!

உள்ளடக்கம்

அணிந்துரை

கவிஞர் வில்சன் முதலாவதாக எழுதியிருக்கும் ''காரணம் எல்லாம் காதல்'' என்ற இந்தப் புத்தகத்தில் காதல் கவிதைகள் எழுதப்பட்டிருக்கின்றன என்று சொல்வதைக் காட்டிலும், ஒரு காதல் காவியம் படைக்கப்பட்டிருக்கிறது என்று சொல்வதே பொருத்தமாக இருக்கும். காதலர்கள் முதன் முதலில் சந்திப்பதில் ஆரம்பித்து, பிரிந்துவிட்ட காதலர்களின் கண்ணீரைப் பதிவு செய்வது வரை ஒரு முழுக் காதல் காவியத்தையே கவிதைகளால் வரைந்து நம் கண் முன் நிறுத்துகிறார் வில்சன்.

வில்சனை எனக்குப் பத்து வருடங்களுக்கு மேலாகவே தெரியும். தமிழ் மேல் அளவற்ற ஆர்வம் கொண்டவர். கற்பனை வளம் மிக்கவர். எதைப் பற்றிப் பேசினாலும் எழுதினாலும் தன்னுடைய கருத்தை மற்றவர்களுக்கு எளிதாகப் புரியும்படிச் சொல்லி விடுவது அவருடைய தனித்தன்மை. அந்த வகையில் இந்தப் புத்தகத்திலும் ஒவ்வொரு கவிதையையும் அவர் அளித்திருக்கும் விதம் மிகவும் ரசிக்கும் படியாக இருக்கிறது. ''காரணம் எல்லாம் காதல்'' என்ற தலைப்பே ஒருமுறைக் கேட்டதும், மனதில் ஆழமாகப் பதிந்து விடுவது மேலும் சிறப்பு.

ஆங்கிலத்தில் பேசுவதையும் எழுதுவதையும் மட்டுமே விரும்பி நகர்ந்து கொண்டிருக்கும் தமிழ்நாட்டின் இளம் தலைமுறையினர் மத்தியில் பொறியியல் படித்திருந்தாலும், மென்பொருள் துறையில் பணியாற்றி வந்தாலும், தமிழில் எழுதும் ஆர்வம் கொண்டிருக்கும் கவிஞர் வில்சன் போன்றவர்கள் உதித்திருப்பது என்னைப் போன்றோருக்கு ஒரு புதிய நம்பிக்கையைக் கொடுத்திருக்கிறது.

"காரணம் எல்லாம் காதல்" புத்தகம் விற்பனையில் வரலாற்றுச் சாதனை படைக்கவும், கவிஞர் வில்சன் தொடர்ந்து தன்னுடைய பங்களிப்பை தமிழ்ச் சமுதாயத்திற்கு அளிக்கவும் மனமார வாழ்த்துகிறேன்.

13.10.2024   மகிழ்ச்சியுடன்

சென்னை   அமுது

முன்னுரை

மனித வாழ்க்கை பல அத்தியாயங்களைக் கொண்டது. அதில் மிக முக்கியமான அத்தியாயத்தை ஆக்கிரமித்துக் கொள்கிறது காதல். வாழ்க்கையை தலைகீழாய்த் திருப்பிப் போடும் சக்தி கொண்டது காதல். வாழ்வில் ஒருமுறை மட்டுமே வரும் அலாதி இன்பம் அது. அது யார் மேல் வரும், எப்போது வரும் என்று யாருக்கும் தெரியாது. ஒரே விதமான அலைவரிசையில் இயங்கிக் கொண்டிருக்கும் இரு இதயங்களைச் சேர்த்து வைப்பது தான் காதலின் வேலை. இரண்டு இதயங்களும் பச்சைக்கொடி காட்டிய பின்னர் ராக்கெட் வேகத்தில் பறக்கும் அது. அதன் பின்னர் ஏற்படும் உணர்ச்சிகளும் அனுபவங்களும் அந்தக் காதலர்கள் மட்டுமே அறிந்தவை.

தமிழ் மேல் எனக்கு அதிக ஆர்வம் இருந்ததால், அந்த ஆர்வம் என்னைக் கவிதை எழுதத் தூண்டியது. கவிதை எழுதும் எவருக்கும் காதலில் ஆரம்பிப்பது தான் எளிதானது. எனவே நானும் அங்கேயே ஆரம்பித்தேன். இந்த உலகில் எவரும் பார்த்திராத அழகு நிரம்பி வழியும் கற்பனை மங்கை தான் என் நாயகி. அந்தப் பிரபஞ்ச அழகியினுடனான கற்பனைக் காதல் பயணத்தில், என் நினைவில் வந்தவை எல்லாமே கவிதையாகவே வந்தன. எனக்குப் பிடித்திருந்த இந்தக் கவிதைகள் உங்களுக்கும் பிடிக்கும் என்பதாலேயே புத்தகமாக வெளியிடுகிறேன்.

இந்தக் கவிதைகள் காதலின் எல்லா நிலைகளையும் தொட்டு எழுதப்பட்டிருக்கின்றன. இதைப் படிப்பவர்களின் மனதில் காதல் நிரம்பி வழியும். உங்கள் வாழ்க்கைத் துணைக்குப் பரிசாக அளிக்கச் சரியான புத்தகம் இது. காதலைக் கடந்தவர்களுக்கும், காதலித்துக் கொண்டிருப்பவர்களுக்கும் இது ஒரு கவிதை விருந்தாகவே இருக்கும்.

இதுவரை காதலிக்காத பதின் வயதினர் இந்தக் கவிதைகளைப் படிக்காமல் இருந்தால் நல்லது. ஒருவேளை படித்து விட்டால் அது உங்களைக் காதலில் கொண்டுபோய்ச் சேர்த்து விடும். இதை ஒரு அறிவுரையாக நான் சொன்ன போதிலும், யாருடைய அறிவுரையும் காதலைத் தடுத்து நிறுத்த முடியாது என்பதையும் அறிந்திருக்கிறேன்.

இது என்னுடைய முதல் புத்தகம். இந்த புத்தகத்திற்கு கிடைக்கும் வரவேற்பு என்னை மேலும் எழுத ஊக்குவிக்கும். எனவே "காரணம் எல்லாம் காதல்" கவிதைகள் உங்களுக்குப் பிடித்திருந்தால், நீங்கள் இந்தப் புத்தகத்தை வாங்கும்/படிக்கும் வலைத்தளங்களிலேயே (Rating and Review comments) தெரியப்படுத்துங்கள். உங்கள் நண்பர்களுக்கும் அறிமுகப்படுத்துங்கள்.

என்னைத் தொடர்புகொள்ள விரும்பும்
நண்பர்களுக்கான என்னுடைய மின்னஞ்சல் முகவரி:
wilsongnanasingh@gmail.com

13.10.2024   அன்புடன்

செ‌ன்னை   வில்சன்

நன்றி

தமிழுக்கு நன்றி..!

காதலுக்கு நன்றி..!

என் கவிதைகளைப் புத்தகமாக்க விரும்பி, என்னை
ஊக்குவித்த நல்ல உள்ளங்களுக்கு நன்றி..!

உங்கள் பொன்னான நேரத்தைச் செலவழித்து என்
கவிதைகளைப் படிக்கும் உங்களுக்கு நன்றி..!

எல்லாம் வல்ல இறைவனுக்கு நன்றி..!

நன்றியுடன்

வில்சன்

1. காதல் ரசம்

வருடத்திற்கு ஒருமுறை

வந்துவிடுகிறது வசந்தகாலம்

இந்தவருடமும் திருவிழாவுக்கு

நீ ஊருக்கு வருகிறாயாமே...!

****

பூந்தோட்டத்தில்

ஒரு பூ மட்டும் தனியாகத் தெரிகிறது

பெண்கள் கூட்டத்தில் அவளைப் போல...!

****

சொர்க்கத்தில் தான் நிச்சயிக்கப்படுகின்றன
நீயும் நானும்
சந்திக்கும் நேரங்கள் கூட..!

****

ஒருமுறை தான் பார்த்தாய் நீ
நிஜத்தில்...
மீண்டும் மீண்டும் பார்க்கிறாய் நீ
என் நினைவில்...!

****

கண்களே சிப்பாய்கள்
உனக்கும் எனக்குமான
காதல் போரில்..!

****

காதல் கோவிலில் மணியொன்று ஒலிக்கிறது

இமைக்காமல் நான் பார்த்து

வெட்கத்தில் நீ தலைசாயும் போதெல்லாம்..!

****

குலுங்குவ தென்னமோ உன் கொலுசு தான்

சிணுங்குவ தெப்போதும் என் மனசு தான்..!

****

கவிதை விதைத்துக் காத்திருக்கிறேன்

நம் காதல் துளிர்க்குமென்று..!

****

இல்லை இல்லை என்கிறாள் அவள்

காதலை வைத்துக்கொண்டே..!

சொல்லு சொல்லு என்கிறேன் நான்

எல்லாம் தெரிந்துகொண்டே..!

இருந்தும் இல்லை என்பதும்

தெரிந்தும் தெரியா தென்பதும்

காதலின் மொழியாய் ஆகிப் போனதால்..!

****

நீ எனக்காகவும்

நான் உனக்காகவும் பிறந்ததாக

நாம் பேசிக்கொண்டபோது

நமக்காகப் பிறந்தது

காதல்..!

****

கவிதைகள் எதுவும் படிப்பதில்லை நான்

உன்னைப் பார்க்கும் நாட்களில் மட்டும்..!

****

தேவதைகளைத் தேர்ந்தெடுக்கத்

தேர்வு நடத்தினால்

கேள்வித்தாள் தயாரிக்க

நீ வேண்டும்..!

****

ஆஸ்கார்கூடத் தரலாம்

அழகான காவியமாய்

அவளைப் படைத்த

அவள் பெற்றோருக்கு..!

****

காரணம் எல்லாம் காதல்

வாடா என்று அழைக்கிறாய்

வந்து நின்றால் முறைக்கிறாய்

முறைக்கும் போதே சிரிக்கிறாய்

நான் பார்த்தால் மறைக்கிறாய்

போடா என்று விரட்டுகிறாய்

விலகிச் சென்றால் அழுகிறாய்

ஏதோ சொல்ல வருகிறாய்

என்னைப் பார்த்ததும் மறக்கிறாய்

நீயாய் இல்லை நீயும்

மாறிப் போனாய் நாளும்

பிழையேதும் இல்லை உன்னில்

காரணம் எல்லாம் காதல்

****

பூந்தோட்டத்தில் போர்க்களம்

தோட்டத்தில் மலர்ந்த ஆயிரம் மலர்களும்

ஆசைப் படுகின்றன..

பேராசைப் படுகின்றன..!

உன் கூந்தலில் ஏறி குடித்தனம் நடத்த

தவியாய்த் தவிக்கின்றன..!

நான் நீ என்று அங்கே போட்டி நடக்கிறதே

தோட்டமோ போர்க்களம் ஆகிறதே

போரில் பல இதழ்கள் வீழ்கின்றன

போரில் வென்ற ரோஜா ஒன்று

அரியணை ஏறி உன் கூந்தலில் அமர்கிறதே

உன்னோடு ஊர்வலம் போகிறதே

போட்டியில் தோற்ற மலர்களும் கூட

காத்துக் கிடக்கின்றன..

பாதையில் காத்துக் கிடக்கின்றன..!

தோல்வியை ஏற்று உன் பாதத்தில் நசுங்கி

சாகத் துடிக்கின்றன..!

****

அதுவரை ஊர்ந்துதான் வந்தது ஆறு
அருவியாகி துள்ளிக் குதிக்கிறது
அவளைக் கண்டதும்..!

****

சூறாவளி கூடச் சும்மா போகுதடி
உன் பார்வை மட்டும் சுழட்டிப் போடுதடி
என்னை..!

****

என் பெயரில் முன்பாதி
சொந்தமல்ல எனக்கு
அது உன்பெயரில் பின்பாதி..!

****

மற்றவர்களை எல்லாம்

எதிர்த்துக்கூட பேசிவிடுகிறேன்

உன் எதிரில் மட்டும்

பேசக்கூட முடியயவில்லை..!

****

அவள் திட்டிக்கொண்டிருக்கிறாள்

நான் ரசித்துக்கொண்டிருக்கிறேன்

காதல் சிரித்துக்கொண்டிருக்கிறது..!

****

அரசியலில் மட்டுமல்ல

காதலிலும் உண்டு

காலில் விழும் பழக்கம்..!

****

காமத்தைப் பிரித்து விட்டுக்

காதலை மட்டும் அருந்தும்

அன்னப் பறவை அவள்..!

****

என் தலையெழுத்தில்

அவள் கையெழுத்து..!

****

சந்திர கிரகணம் தானடி எனக்கு

உன்முகம் கானா பொழுதுகள் எல்லாம்..!

****

என் இதயக் கற்பூரம்
கரைந்து போகிறது
உன் பார்வைத் தென்றல்
கடந்து போகையில்..!

****

உடனடியாக நடத்தப்பட வேண்டும்
"முதலாம் உலகக் காதலர் மாநாடு"
நீயும் நானும் அழைக்கப்பட வேண்டும்
சிறப்பு விருந்தினர்களாக..!

****

உன் முகவரி தருவாயா கண்ணே
உனக்கு கடிதம் எழுத அல்ல
உன் முகவரியில் இருந்து
எனக்கொரு கடிதம் எழுதி ரசிக்க..!

****

எருமையிலும் மெதுவாய் அசைபோடுகிறேன்
உன்னைப் பிரிந்திருக்கும் நேரங்களில்
உன்னைச் சேர்ந்திருந்த நினைவுகளை..!

****

மொட்டுக்கள் மலர்கையில் வரும்
முதல் வாசம் நீ..!
என் இதயமெனும் உலகத்தில்
முதல் தேசம் நீ..!

****

எழுதி விட்டேன்
பல குட்டிக் கவிதைகள்
ஒன்று கூட வரவில்லை
உன் இதழ்கள் போல..!

****

பொன்நகை வேண்டாம்
உன் புன்னகை போதும்

வெள்ளி வேண்டாம்
உன் வெட்கம் போதும்

சொத்து வேண்டாம்
உன் சொந்தம் போதும்

கட்டில் வேண்டாம்
உன் கண்கள் போதும்

பாத்திரம் வேண்டாம்
உன் பாசம் போதும்

கார் வேண்டாம்
உன் காதல் போதும்

வரதட்சணை வேண்டாம்
நீ வந்தால் போதும்

சீதனம் வேண்டாம்
நீ சீக்கிரம் வந்தால் போதும்

****

மூத்தவர்கள் இளையவர்களிடம் தோற்பது
காதலில் மட்டுமே..!

****

காதலைத் தூக்கி வீசிச் சென்றாள்
ஒரு பிஸ்கட் போல
அவளையே சுற்றுது என் இதயம்
ஒரு நாய்க்குட்டி போல..!

****

அவளைப் பார்க்க முடியாத ஓர்நாளில்

நிம்மதி கொண்டேன் நிலவைப் பார்த்து..

என்னைப் பார்த்ததும் வெட்கத்தில்

மேகத்தில் ஒளிந்தது நிலவு

அவளைப் போலவே..!

****

பெண்கள் இல்லை என்றால்

கவிதை பிறந்திருக்காது

நீ இல்லை என்றால்

கவிதை வாழ்ந்திருக்காது..!

****

என் கை விரல்கள் பிடித்து

கவிதை எழுதக் கற்றுக்கொடுக்கிறது

அவள் அழகு...!

****

என் கவிதைக் கல்லூரியில்
அவள் பேரழகே என் பேராசிரியர்...!

****

என் விழித்திரையில்
வெள்ளிவிழாக் கொண்டாட்டத்தில்
உன் கனவுகள்...!

****

அவளைப் பார்க்கும் போதெல்லாம்
புகைப்படம் எடுக்கிறேன் கண்களால்
அவள் புகைப்படங்களால் நிரம்பி வழிகிறது
என் இதயச் செருகேடு (ஆல்பம்)..!

****

உதட்டைச் சுழிக்கிறாய் நீ
சுழலில் சிக்குகிறேன் நான்..!

****

என் பிறந்த நாளும் பிறக்க மறுக்கிறது
நீ வாழ்த்தும் வரை..!

****

பல இதயங்கள் வீழ்ந்துகிடக்கும்
போர்க்களம்
காதல்..!

****

ஊஞ்சலில் ஆடுகிறாய் நீ
ஊஞ்சல்போல் ஆடுகிறது என்மனம்..!

****

அன்று ஓணம் திருவிழா!
அவளும் கலந்துகொண்டாள்
பூக்கோலப் போட்டியில்...
முதல் பரிசு கிடைத்ததோ
அவள் பெற்றோருக்கு...!

****

அவளைப் பார்க்கும் போதெல்லாம்
கவிதை எழுதச் சொல்லி
என்னைக் கட்டாயப் படுத்துகிறது
காதல்..!

****

உனக்காக நான்
கவிதை எழுதாவிட்டால்
என்னை மன்னிக்க மாட்டார்கள்
தேவதைகள்...!

****

எவ்வளவு பெரிய கவிதைப் போட்டியிலும்
கலந்து கொள்வேன்
எனக்கு "உன்னைத்" தெரியும் என்பதால்..!

****

பூமியில் நடந்த கவிதைப் போட்டிக்கு
இறைவன் எழுதி அனுப்பி
முதல் பரிசு வென்ற
அழகிய கவிதை அவள்...!

****

முதன்முதலாக சேலை கட்டினாள் அவள்

முதன்முதலாகக் கவிதை எழுதினேன் நான்!

****

வாழ்நாளில் ஒருமுறையாவது

அவள் கண்களை விட

அழகான கவிதையை

எழுதிவிட வேண்டும் நான்...!

****

கருங்கல்லும் பூப்பூக்கும்

உன்நிழல் கொஞ்சம்

தொட்டுப் போனால்..!

****

உன் விழி

என் விண்வெளி...!

உன் நெஞ்சம்

என் பிரபஞ்சம்...!

****

அவள் காதோரம் நடனமாடும்

ஜிமிக்கி தான் இயக்குகிறது

இந்தப் பிரபஞ்சத்தை...!

****

நீ நீயாகவே வருவதில்லை

கவிதையாகவே வருகிறாய் எப்போதும்

என் நினைவில்..!

****

என் தேவதை உன்னை ரசித்திடுவேன்
தினமும் ஓர்
கவிதைப் பட்டுப்புடவை கட்டி..!

****

என் கனவுகளைத் திருடிக்கொண்டு
தூங்கிக் கொண்டிருக்கிறாள் அவள்
அவள் நினைவுகளை வருடிக்கொண்டு
ஏங்கிக் கொண்டிருக்கிறேன் நான்..!

****

வெட்கமும் திண்டாடித் திமிருகிறது
உனக்குள் வந்த பின்பு..!

****

நம் சந்திப்பில் எல்லாம்

வழக்கமாகவே ஆகிப் போயின

முற்பாதியில் ஊடலும்

பிற்பாதியில் கூடலும்..!

****

காலம் முழுவதும்

கலையாமல் இருக்கட்டும்

நம் இளமைவானில்

வண்ணங்கள் வீசிய

காதல் வானவில்..!

****

வெட்கத்திற்குள் மறைகிறாய் நீ

உனக்குள் மறைகிறது வெட்கம்..!

****

மதியாதார் தலைவாசலில் கூட
தலைவைத்துக் காத்துக் கிடக்கும்
மானங்கெட்டக் காதல் மனசு..!

****

என் கடவுச்சொற்கள் எல்லாம் உன்பெயரே
மறந்திட மாட்டேன் என்ற நம்பிக்கையில்..!

****

நீ பறித்து வைத்த ரோஜாவை விட
வேகமாக வாடிவிடுகின்றன
செடியில் நீ விட்டு வைத்த ரோஜாக்கள்
உன் விரல் தீண்டாத ஏக்கத்தில்..!

****

காதலர்க்கு ஜென்மம் ஒன்று

மற்றவர்க்கு மறுஜென்மம் உண்டு

காதலை அறியும் வரை...!

****

உன் வீட்டுக் கண்ணாடி

என் காதல் கவிதை

இரண்டிலும் உன்னழகு...!

****

என் எண்ணத்தில் சிறகடிக்கும்

வண்ணத்துப் பூச்சி அவள்...!

****

அந்திமாலைச் சூரியனும்
ஆலமரக் கிளிகளும்

ஆற்றங்கரைப் படிக்கட்டும்
கடற்கரை மணல்திட்டும்

வயல்காட்டு வரப்புகளும்
வாழைமரத் தோப்புகளும்

நெடுஞ்சாலை விளக்குகளும்
தொலைதூர வெண்ணிலவும்

நம்மைக்காண காத்துக்கிடக்க
நம்காதலோ சிக்கித்தவிக்குதடி

காதோரக் கைபேசியிலும்
போர்வைமூடிய இருட்டிலும்..!

****

காதல் பாடல்கள்

காதோடு சேரும்போதெல்லாம்

என் நெஞ்சத்திரையில்

நம் காதல்காட்சிகளே..!

****

பட்டுச்சேலையைக் காட்டிலும்

பகட்டாய் மின்னுதடி

உன்மேல் பட்டசேலை..!

****

பறக்கும் நட்சத்திரம் மின்மினி

நடக்கும் நட்சத்திரம் என் கண்மணி..!

****

தோட்டமல்ல சொர்க்கம்

கொடிகளல்ல தேவதைகள்

மலர்களல்ல விழிகள்

இதழ்களல்ல இமைகள்

விரிந்தனவல்ல திறந்தன

மணம்வீச அல்ல

மணம் வீசிப்போன உன்னைக்காண..!

****

இணைகிறேன் சில பயணங்களில்

தவிர்க்கிறேன் சில பயணங்களை

எல்லாம் உனக்காகவே..!

****

<u>உன்னோடு பயணம்</u>

உன்னோடு பயணம்

உன்னருகில் பயணம்

என் பார்வையில் நீ

உன் ஸ்பரிசத்தில் நான்

பேசாத வார்த்தைகள்

பேசிய மௌனங்கள்

இதயங்கள் இரண்டும்

துள்ளிக் குதிக்க

கண்கள் நான்கும்

அழகாய் மறைக்க

உன்வெட்கம் இறங்கி

நதிபோல் பாய

என்ஆசை அதிலே

சருகாய் மிதக்க

இமைகள் மூடி

மூளையும் முடங்கி

ஏதோ ஆனோம்

ஏதேதோ ஆனோம்

காதல் காற்றில்

கரைந்தே போனோம்

காதல் கடவுளே

வரம் ஒன்று வேண்டும்

இவளோடு வாழ

ஜென்மம் ஏழு வேண்டும்

****

பார்த்த உடனே

பாடாய்ப் படுத்துதடி

பாவை உந்தன்

பால்நிகர் மேனியின்

பாதம் கூட..!

****

கொஞ்சமும் நகராமல் நிற்காதோ

கொஞ்சம் கொஞ்சமாய்

உன்னை நான் கொஞ்சும்

அந்தக் கொஞ்ச நேரம்..!

****

முத்தங்களாகின்றன

முற்றிப்போன ஆசைகள்..!

****

உனக்கு முத்தக்கடன் கொடுப்பதில்

எனக்கு அவ்வளவு விருப்பம்

நீதான் கடன்பாக்கி வைப்பதில்லையே..!

****

நான் கலந்துகொள்ளும்

எல்லாத் திருமணங்களிலும்

முதலில் உன் சாயல் பெற்றே

பின்னர் தன் சாயல் பெறுகிறாள்

மணமகள்..!

****

ஜோதிடம் போலவே காதல் கவிதைகளும்..!

பொருந்திப் போகின்றன

சில பலன்கள் சிலருக்கு

சில கவிதைகள் சிலருக்கு..!

****

என்ன கர்வமடி உனக்கு!
பிரிந்து செல்லும் ஒவ்வொரு முறையும்
என்னைக் கேட்டுச் செல்கிறாய்
"என்னைப் பார்க்காமல் எப்படி
கவிதை எழுதுற பார்க்கலாம்..!" என்று..

****

உன்னை நெருங்கி இருந்தபோது
என்னோடு ஒட்டிக்கொண்ட உன்வாசம்
என்னைத் தவிக்க வைக்குதடி
நீஎன்னை விலகிச் சென்றபோது..!

****

உன் அருகில் இருக்கும்
ஒரிரு நாட்களே
என் கவிதைக்களம்..!

****

ஆசை

அன்பு

பாசம்

ஏக்கம்

கனவு

வெட்கம்

முத்தம்

கோபம்

சண்டை

பிரிவு

தவிப்பு

மன்னிப்பு

அப்பப்பா எத்தனைப் பாடங்கள் தான்

இந்தக் காதல் வகுப்பில்..!

****

இரவில்

நீ வானம் ரசிக்கையில்

உன் வெட்கம் ரசிக்கத்

தன் வெட்கம் விட்டு

மலர்ந்து நிற்கும் நிலவுப்பூவைப் பறிக்க

வரிசையில் நிற்குது பார்

நட்சத்திரக் காதலர்க்கூட்டம் ஒன்று..!

****

சிற்பங்கள்கூட சிலிர்க்குமடி

சிக்கனமான உன்

சிற்றிடை கண்டால்..!

****

உன் அழகுப் பூந்தோட்டத்தில்

சில பூக்களைப் பறித்துக்கொள்கிறேன்

நான் கவிதை மாலை கோர்ப்பதற்கு...!

****

அவள் அலங்காரம் செய்து முடித்ததும்

அகங்காரம் கொள்கின்றன

அவளை அலங்கரித்த பொருட்கள்..!

****

கிணற்றில் குதிக்கும் போதும்

காதலில் திளைக்கும் போதும்

கட்டித் தழுவிக் கொள்கின்றன

ஆனந்தமும் பயமும்..!

****

காதலர் தினத்திற்கெனக்

காத்துக் கிடக்காமல்

சற்று முன்னதாகவேகூட

பிறந்து விடுகின்றன

சில காதல் குழந்தைகள்..!

****

தினமும் விழித்திருக்கும் நொடியெல்லாம்

உன்னையே நினைத்திருக்கும்

எனக்குத் தெரியவில்லை

காதலர் தினத்திற்கென

சிறப்பாய் என்ன செய்வதென்று..!

****

ஏதும் செய்வேன் எல்லாம் உனக்காய்..!

உன் பின்னால்நானும் நித்தம் வருவேன்

உன் அழகைரசித்துப் பித்தன் ஆவேன்

உன் பாதைஎங்கும் புற்கள் ஆவேன்

உன் வீட்டுச்சுவரில் கற்கள் ஆவேன்

உன் மூச்சுக்காற்றில் முத்துக் குளிப்பேன்

உன் முத்தமழையில் உலகம் மறப்பேன்

நீ சிரித்துரசிக்க கோமாளி ஆவேன்

உன் விழிநீர்நிறுத்த கொலையும் செய்வேன்

வாழும் வரைக்கும் உனக்காய் வாழ்வேன்

சாகும் போதும் உனக்காய் சாவேன்

ஏதும் செய்வேன் எல்லாம் உனக்காய்..!

****

என்ன நியாயமடி இது?
உன்னைத்தானே கேட்கவேண்டும் அவர்கள்
நீ கொஞ்ச நாளாய்
அவனோடு பேசவில்லையா என்று?

என்னை ஏன் கேட்கிறார்கள்
நீ கொஞ்ச நாளாய்
ஏன் கவிதை எழுதவில்லை என்று..!

****

காதலர் எவரும்
கால்வைக்காத பாதைஒன்று
காலம் காலமாய்
காத்துக் கிடக்குது - நம்
காலடித் தடம்
காணும் ஆசையில்..!

****

மழையை அனுப்பி

உன்னையும் என்னையும்

சேர்த்து நனைத்து

சாதனை செய்ததை

கொண்டாடி மகிழ்கிறான்

வருண பகவான்

மின்னல்கள் வீசியும்

இடிகள் வெடித்தும்..!

****

மழைக்குள்

குடைக்குள்

நமக்குள்

குளிரில் "நம் காதல்"

சுற்றிலும் இதமாய்

நம் போர்வையாய்

மழைத்துளிகள்..!

****

(என்) காதல் கவிதைகளெல்லாம்
(உனக்கான) காதல் கடிதங்களே
(நம்) திருமணம் வரை..!

****

உன்னையும் மழையையும்
பார்க்கும் போதெல்லாம்
காதலெடுத்துப் போர்த்திக்கொள்கிறது
என் இதயம்..!

****

இன்பமான தருணங்களில் எல்லாம்
சிக்கனமாய் அனுபவித்து
கொஞ்சம் கொஞ்சமாய்
சேர்த்து வைக்கிறேன்
உன்னோடு சேர்ந்து செலவழித்திட..!

****

பேசிக்கொண்டு தான் இருக்கிறோம்
இருந்தும் மாறி விடுகின்றன
சில வார்த்தைகள் மட்டும்
முத்தங்களாய்..!

****

கவிதையொன்று
கவிதை எழுதுகிறது தினமும்
அவள் வீட்டுக் கண்ணாடியில் மட்டும்..!

****

உன் அழகைப் பார்த்ததும்
ரோஜாக்கள் கூட
அலங்காரம் செய்துகொள்கின்றன
தாழ்வு மனப்பான்மையால்..!

****

அவள் வீட்டு ரோஜா மட்டும்
பூத்துக் கிடக்கிறது
ஒவ்வொரு இதழிலும்
ஒவ்வொரு நிறம் கொண்டு..!
எந்நிறமாவது கவர்ந்துவிடாதா
அவள்மனம் என்று எண்ணி..!

****

எவ்வளவு அழகாக நடனம் ஆடியும்
தோற்றுப் போகிறது உன் கம்மல்
உன் கண்ணைவிட்டுத் தன்னை நோக்கி
என் கண்ணைத் திருப்பும் முயற்சியில்..!

****

கொடிகளில் பூத்துச் சலித்துவிட்டதாம்

கடவுளிடம் காத்துக் கிடக்கின்றன

ரோஜா மொட்டுக்கள்

நேராய் உன் கூந்தலிலேயே

பூத்திடும் வரம் கேட்டு..!

****

தன் முகம் பார்க்க

நதி தேடி நிலவு அலையும் வேளையில்

உன் முகம் பார்க்க

என் நினைவுதேடி அலையுதென் கனவு..!

****

உன்கடிதம் கொண்டு வரும்போது மட்டும்

என்னால் சற்று அதிகமாகவே

"கவனிக்கப்படுகிறார்" தபால்காரர்..!

****

இனிமேல் மாதம் ஒருமுறை தான்
பேசுவேன் என
கறாராகச் சொல்லி விடுகிறாள்
தினந்தோறும்..!

****

என் முத்தங்களைத் தவறவிட்ட
உன் புகைப்படங்கள் மிகச்சிலவே..!

****

அவள் கூந்தலாய் ஆனது
மழைத் திருவிழாக் கூட்டத்தில் தொலைந்த
மேகக் குழந்தை ஒன்று..!

****

கலைமகள் உந்தன்

சிலைமேனி ஓரம்

தலைவாழை கரத்தில்

வளைஆடும் வேளை

மலைஎந்தன் நெஞ்சில்

மழைச்சாரல் தூற

துளையில்லா மனதில்

உலைஒன்று கொதிக்க

நிலைமறந்த நானும்

பிழையாகிப் போனேன்..!

****

என் மொழி இல்லாமல் மட்டுமல்ல

உன் விழி இல்லாமலும்

கவிதை எழுத முடியாது

என்னால்..!

****

உன் கோபக் குடையயத் தூக்கிப் போடடி
என் அன்புச் சாரலில் நனைந்து பாரடி
காதல் காய்ச்சல் வந்தால் வரட்டும்
மருந்துகள் எல்லாம் என் உதட்டில் இருக்கு
நீயும் நானும் சேர்ந்து ரசிக்க
காதலில் இன்னும் மிச்சம் இருக்கு..!

****

மேகம் மூடிய நிலவாகிறாய்
நாணம் சூடிய நீ..!

****

உன் பார்வை பட்டுவிட
அலைந்து கொண்டிருக்கிறேன் நான்
உன் பாதம் தொட்டுவிட
அலைந்துகொண்டிருக்கும் கடல்லை போல்!

****

இந்த வாரக் கவிதைப் போட்டியில்

வெற்றி பெற்றது

நான் வரைந்த

உன் புகைப்படம்..!

****

நீ பெண்ணாய்ப் பிறப்பாய்

என்று தெரிந்து தான்

நான் ஆணாய்ப் பிறந்தேன்

உனக்கு முன்..!

****

இதயங்கள் இணைத்து
வீடொன்று செய்திடலாம்
வீட்டுக்குள் காதல்
வீணையொன்று மீட்டிடலாம்..!

மனம்மயக்கும் மந்திரங்கள்
சேர்ந்தேநாம் கற்றிடலாம்
நீஎனக்கும் நான்உனக்கும்
வசியங்கள் செய்திடலாம்..!

ஒர்நாளில் ஒர்ஊடல்
விரும்பியேநாம் ஏற்றிடலாம்
ஊடலின் முடிவில்மட்டும்
ஒன்றாகக் கூடிடலாம்..!

பகலெல்லாம் பாச
மழை பொழிந்திடலாம்
இரவெல்லாம் கண்
விழித்தே கடந்திடலாம்..!

நெடுஞ்சாலை வெளிச்சத்திலே
நெடுநேரம் நடந்திடலாம்
சாலையோர சோலையிலே
பூப்பறித்துக் கோர்த்திடலாம்..!

ஊரெல்லாம் தூங்கவிட்டு
ஆகாயம் ரசித்திடலாம்
நிலவொளியில் விடியும்வரை
போர்வைக்குள் போரிடலாம்..!

ஒரிதயம் போதாது
ஓராயிரம் வாங்கிடலாம்
ஒவ்வொன்றாய் காதலித்து
மீண்டும்ஒன்று கேட்டிடலாம்..!

****

உன் விழியும் என் மொழியும் சந்தித்தால்

பிறந்துவிடுகின்றன கவிதைகள்..!

****

நீ தொடாத பூக்களை

வண்டு மொய்க்காது

நீ இல்லாத பூமியை

நிலவு சுற்றாது

நீ போகாத ஊருக்குள்

காற்று நுழையாது

நீ பேசாத வார்த்தைகளைக்

கவிதை ஏற்காது..!

****

உன் அழகில் கொஞ்சம் தொட்டு
நான் வைத்தப் புள்ளிகள் தான்
என் கவிதைகள்..!

****

வாடா வரம் வாங்கி இறங்குகின்றன
அவள் கூந்தல் ஏறும் மலர்கள் மட்டும்..!

****

காற்றுள்ள போதே
தூற்றிக்கொள்ள வேண்டுமாமே..!
அதனால் தான் உன்னைப் பார்க்கும்போதே
கவிதை எழுதிவிடுகிறேன் நான்..!

****

வானத்தில் பூந்தோட்டம் ஒன்று
போட்டிட வேண்டும்
கருமேகத்தில் நீர் அள்ளிப்
பாய்ச்சிட வேண்டும்

சூரியன் பூப் போலப்
பூத்திட வேண்டும்
விண்மீன்கள் பூவில் வந்து
தேனெடுக்க வேண்டும்

பூப்பறித்து நிலவின் தலையில்
சூட்டிட வேண்டும்
மின்னலால் புகைப்படம் ஒன்று
எடுத்திட வேண்டும்

பூமிக்குக் கொண்டுவந்துச் செருகேடொன்று
போட்டிட வேண்டும்
செருகேட்டின் அட்டைப் படமாய்
உன்படம் வேண்டும்..!
(செருகேடு-->ஆல்பம்)
****

ஒரு நாளில் ஒரு கவிதைப்போட்டி
"நிலா" என்பது கவிதையின் தலைப்பு
வெற்றி பெற்றது நான் தான்.
எல்லோரும் நிலவைப் பற்றி எழுத
நான்மட்டும் உன்னைப் பற்றி எழுதியதால்.!
****

என் வாழ்க்"கை"யின்
விரல்கள் நீ..!
****

என் உடலெனும் இந்திய ஒன்றியத்தில்

இதயமெனும் தமிழ்நாடு நீ

நீயில்லாமல் நானில்லை..!

****

உன்னை நினைக்கையில் எல்லாம்

குறுக்கே வருகின்றன சில கவிதைகள்

எழுதி வீசிவிட்டு மீண்டும் தொடர்கிறேன்

உன் நினைவை..!

****

உன் நினைவு என்னும்

மலை உச்சியில் உருவாகிறது

என் கவியாறு..!

****

திருமணம் என்ற பந்தம் தான் மிச்சம்
ஏற்கெனவே நீ எனக்கு சொந்தம்தான்
காதலில்..!

****

அவள் வாசம் திருட ஆசைப்பட்டு
அவள் கூந்தல் ஏறிய ரோஜா
மாலையில் வாடி வீழ்ந்தது
என் சாபத்திற்கு ஆளாகி..!

****

கொஞ்சமும் போதாது நேரத்தின் வேகம்
இப்படி நகர்ந்தால் என்றுன்னைச் சேர்வேன்
மின்னலின் வேகம் தாண்டட்டும் நேரம்
நாட்கள் நொடியாகி நாளையே வரட்டும்
நீலன் தாரம் ஆகிடும் நேரம்..!

****

அலைகடலும் அடங்கிப் போகுதடி
ஆர்ப்பரிக்கும் நம்காதல் பார்த்து..!

சூரியனும் பயந்து ஒளியுதடி
சுட்டெரிக்கும் நம்காதல் பார்த்து..!

மலர்களும் மயங்கிக் கிடக்குதடி
மணம்வீசும் நம்காதல் பார்த்து..!

குழந்தைகளும் குலுங்கிச் சிரிக்குதடி
மழலைமொழிபேசும் நம்காதல் பார்த்து..!

ஆச்சரியமும் ஆச்சரியத்தில் கிடக்குதடி
அசரவைக்கும் நம்காதல் பார்த்து..!

****

எனக்காகத் தான்
நீ கவிதை எழுதுகிறாய்
உனக்காகத் தான்
நான் அதை கவிதை என்கிறேன்..!

****

நீ அழுவதற்கு முன்
அழுகியிருக்க வேண்டும்
நான்..!

****

வண்ணத்துப் பூச்சிகள்
வட்டமடித்து ரசிக்கும்
ஏதோஒரு வண்ணம்
அவளிடம்..!

****

உலகத்தின் அழகெல்லாம்

ஒன்றாய்க் குவிகின்றன

அவள் கன்னங்களில்

குழிவிழும் நேரம்..!

****

பார்வைச்சூட்டில் ஆவியாய்மாறி

நீலவானம் சேர்ந்திடுவோமா?

காற்றைப் போல

சிறகில்லாமல் பறந்திடுவோமா?

மேகங்கள் போல

சத்தமில்லாமல் கலந்திடுவோமா?

மழைத்துளிகள் போல

கணக்கில்லாமல் பெற்றிடுவோமா?

****

<u>காதல் தட்சணை</u>

என் எண்ணம் எல்லாம் ராணிநீயே

உன்னை எண்ணி ஏங்கும் நானே

காதல் பரிசை தந்தாய் நீயே

என்ன செய்ய உனக்கு நானே..!

மின்னல் ஒன்றை இழுத்து வந்து

மின் விளக்கில் பூட்டி வைப்பேன்

மின்னல் ஒளியில் மின்னல் ஒளியில்

மின்னும் முகம் நாளும் பார்ப்பேன்..!

தென்றல் ஒன்றைப் பிடித்து வந்து

மின் விசிறியில் கட்டி வைப்பேன்

தென்ற லோடு சேர்ந்து நானும்

தினமும் உன்னைத் தீண்டி நிற்பேன்..!

மலைக்க வைக்கும் அருவி ஒன்றை
மறித்து உன்னை மலைக்க வைப்பேன்
நீ குளிக்கும் வேளை மட்டும்
அருவியோடு நானும் கலப்பேன்..!

உன்னைச் சுட்ட சூரி யனை
வேக வைத்து சாக வைப்பேன்
சூரி யனாய் நானே மாறி
உன்னைச் சூடு ஏற்றி வைப்பேன்..!

இன்னும் இன்னும் என்ன வேண்டும்
நீயாய் ஏதும் கேட்டிட வேண்டும்
அணுவைப் பிளந்தும் சென்றிட வேண்டும்
உன் ஆசைஎல்லாம் ஆற்றிட வேண்டும்..!

****

என்னோடு இருப்பாயா?

இன்பங்கள் கொஞ்சம்

துன்பங்கள் கொஞ்சம்

கொஞ்சல்கள் கொஞ்சம்

கோபங்கள் கொஞ்சம்

களிப்பு கொஞ்சம்

கண்ணீர் கொஞ்சம்

கொண்டாட்டம் கொஞ்சம்

திண்டாட்டம் கொஞ்சம்

எல்லாம்கலந்த இயந்திரவாழ்வில்

காலம்எல்லாம் காதல்காட்டி

என்னோடு இருப்பாயா?

விதியின் விளையாட்டால்
விக்கினம் வருகையில்

சோதனைக் காலம்
சோகம் தருகையில்

பாரம் தாங்காமல்
என்தலை சாய்கையில்

உன்மடி எனக்காய்
தலையணை ஆக்கி
என்னோடு இருப்பாயா?

தளர்ந்து போகும்
தள்ளாடும் முதுமையில்

பிள்ளையோ பந்தமோ
யார் கைவிட்டாலும்

உன்தோள் தந்து
என்தோள் தாங்கி
என்னோடு இருப்பாயா?

****

காதலிப்பவனால்
கவிதை எழுதாமல் இருக்க முடியாது
கவிஞனால்
காதலிக்காமல் இருக்க முடியாது..!

****

வருடங்கள்சில கடந்த பின்பும்

இன்று பூத்த மலர்போல

சிலிர்க்கிறது என் இதயம்

அவள் நினைவு வரும்போதெல்லாம்..!

****

ஏனோ ஏங்கித்தவிக்குது என்மனம்

எட்டிப் பறிக்கும் தூரத்தில்

எனக்காகவே அவள் காத்திருந்தும்..!

****

காதலித்தல் யார்க்கும் எளிய அரியவாம்

காதலை வீட்டில் சொலல்

****

வாந்தி எடுக்கும் உணர்வே

காதலை வீட்டில் சொல்வதிலும்

வந்து வந்து போகிறது வாய் வரை..!

****

பிரிவே னென்று நினைத் தாயோ?

தேடிக் காதலினிதம் பார்த்து - சில

திரையரங்கும் கடற்கரையும் தேடி - மனம்

மகிழ்ந்து ஒன்றாய்ஊர் சுற்றி - அவள்

மகிழ பலசெயல்கள் செய்து - சலிப்பு

அடைந்து சண்டைகள் போட்டு - பெற்றவர்

சொல் கேட்டுப்பின் பிரியும் - பல

வேடிக்கைக் காதலரைப் போலே - நான்

பிரிவே னென்று நினைத் தாயோ?

****

கலங்காதே கண்மணி நீ கலங்காதே
காதல் ராட்சசியே கண்ணீர் சிந்தாதே..!

அலைகளைக் கண்டு கரைகளும் பயந்திடுமோ
தடைகளைக் கண்டு காதலரும் கலங்கிடவோ
மழை வரும்போது புயல்வருமென தெரியாதோ
காதலும் மழைதானடி புயலோடு வந்திடுமே..!

தடையில்லா காதல் அது என்னவாகும்
உப்பில்லா உணவுக்கே அது ஒப்பாகும்
எதுவும் வரட்டுமடி தடை என்று
ருசித்து விடுவோம் காரசாரக் காதலொன்று..!

பயந்த காதலோ பாழாய்ப் போகுமடி
நிமிர்ந்த காதலது நின்று வாழுமடி
காதல் கோட்டையில் காவல் இருக்கலாம்
வரட்டும் பார்க்கலாம் வன்மம் தீர்க்கலாம்..!

****

பார்வை மங்கிய பின்னும்
என்விழிகள் உன்உருவம் தேடும்..!

படுக்கையில் விழுந்த பின்னும்
என்செவிகள் உன்குரல் கேட்கும்..!

சுவாசம் நிற்கும் போதும்
என்நாசி உன்வாசம் நாடும்..!

மரணம் அழைக்கும் வரையும்
என்வாய் உன்பெயர் அழைக்கும்..!

ஜீவன் போன பின்னும்
என்ஆவி உன்னையே சுற்றும்..!

****

2. காதல் விஷம்

தோற்றவர்கள் தான் அதிகம்
சினிமாவிலும்
காதலிலும்..!

****

பாசமான உறவுகளையே
எதிரியாக்கி அழகுபார்த்து
அழிந்துபோகிறது காதல்..!

****

காதலே இவர்களை மன்னித்துவிடு
தாங்கள் செய்வது
இன்னதென்று அறியாதிருக்கிறார்களே..!

****

ஜாதி

மதம்

மொழி

நிறம்

பணம்

பந்தம்

பாசம்

இதில் ஒன்றாவது நுழைந்துவிடுகிறது

காதலுக்குக் குறுக்கே..!

****

சிறைக்கு வெளியில் தான் இருக்கிறார்கள்

ஆயுள் தண்டனை பெற்றவர்களில்

பெரும்பாலானோர்..!

(காதல் தோல்வி)

****

வித்தியாசம் ஏதுமில்லை

மறுமணத்திற்கும்

மனங்கள் இணைந்த

காதலைப் பிரித்து

செய்யும் திருமணத்திற்கும்..!

****

காதலியைக் காதலிக்காமல்

காதலைக் காதலித்ததால்

காதலியை இழந்த

காதலன் நான்..!

****

காதலை அறிந்தேன் எதையோ மறந்தேன்

மறந்ததைத் தேடிக்

காதலையே தொலைத்தேன்..!

****

பூக்களைப் பறிக்காதீர்

காதலரைப் பிரிக்காதீர்

மேகத்தை விரட்டாதீர்

காதலரை மிரட்டாதீர்

கவிதையைக் கிழிக்காதீர்

காதலரைப் பழிக்காதீர்

ஓவியத்தைச் சிதைக்காதீர்

காதலரை வதைக்காதீர்

தென்றலைக் கிள்ளாதீர்

காதலரைக் கொல்லாதீர்

****

காதலரைப் பிரிப்பதானால்
கொன்றுப் பிரித்துவிடுங்கள்
பிரித்துக் கொன்றுவிடாதீர்கள்..!

****

அவள் பிரிந்து செல்கிறாள்
என்னை விட்டு
கண்ணீர் பிரிந்து செல்கிறது
என்கண்ணை விட்டு..!

****

நெருங்கி வந்தாள்
அவள் நினைத்த ஓர் நாளில்
விலகிச் சென்றாள்
நான் நினைக்காத ஓர் நாளில்..!

****

<u>விலகியே இரு</u>

விலகியே இரு
கொஞ்சநாள் விலகியேஇரு
எனக்கொன்றும் கஷ்டமில்லை

தூக்கமில்லா இரவுகள்
தனிமையின் ஏக்கங்கள்
குழப்பத்தில் மூளை
சோகத்தில் முகம்
கனவுக்குள் கண்ணீர்
தேவையில்லா தவிப்புகள்
தாடிக்குள் கன்னங்கள்
பதில்வரா கடிதங்கள்
பேசும் புகைப்படங்கள்
பணமிருந்தும் பட்டினி
நீளும் தனிமைவாசம்
அழுக்குத்துணி சகவாசம்
பழகிப்போனதடி எனக்கு

விலகியே இரு
கொஞ்சநாள் விலகியேஇரு
எனக்கொன்றும் கஷ்டமில்லை..!
****

விலகிப் போவதே
அவளுக்குப் பழகிப் போனது
இருந்தும் நெஞ்சில் விலக மறுக்குதே
அவள் பழகிப் போனது..!
****

நான் பேச முடியாத உன்னோடு
பேசட்டும் என் கவிதைகளாவது..!
****

என்னோடு காத்திருங்கள்

என்னோடு காத்திருங்கள் என் கண்களே
சீக்கிரம் காண்போம் அவள் அழகை..!

என்னோடு காத்திருங்கள் என் செவிகளே
சீக்கிரம் கேட்போம் அவள் குரலை..!

என்னோடு காத்திருங்கள் என் உதடுகளே
சீக்கிரம் பேசுவோம் அவள் காதோடு..!

என்னோடு காத்திரு என் சுவாசமே
சீக்கிரம் நுகர்வோம் அவள் வாசம்..!

என்னோடு காத்திரு என் இதயமே
சீக்கிரம் சேர்வோம் அவள் நினைவில்..!

****

பிறைமதி தவழ்ந்த ஒர்நாள் இரவில்
மயங்கிக் கிடந்தோம் எங்கள் அரைமதியில்

கரைந்து போகும் வெண் மதிக்காய்
கண்கள் கலங்கி நின்றாள் அவள்

கண்ணீர் துடைத்து ஆறுதல் சொன்னேன்
மீண்டும் வளர்ந்து முழுமதி ஆகுமென..!

இன்றொரு பகலில் என்கண் எதிரில்
கண்டும் காணாமல் கடந்து போகிறாள்

சில்லாய் நொறுங்கி சிதறிக் கிடக்கும்
என்சிறு இதயத் துகள்கள் தாண்டி

எங்கே தொலைத்தாளோ அக்கற்பூர நெஞ்சம்
எங்கே பெற்றாளோ இக்கல் நெஞ்சம்

எப்படி மறைத்தாளோ என்காதல் நினைவை
எப்படி வாழ்வேனோ அவள்போன பின்னும்..!

****

என்னைப்பார்த்துக் கேலியாய்ச் சிரிக்கின்றன
பதில்வராது என்று தெரிந்தும்
நான் உனக்குளழுதும் கடிதங்கள்..!

****

என்கண்களை மறைத்திட்ட காதலை
கரைத்துக் கொண்டிருக்கிறேன் கண்ணீரால்!

****

நீரில்லா ஆற்றில் நீந்துவ தெப்படி?
காதலில்லா மனதில் கவிதைகள் அப்படி..!

****

துடித்துக் கொண்டிருக்கும் இதயங்களைத்
துடிதுடிக்க வைத்துவிடும் காதல்தோல்வி..!

****

பிரிவில் பித்துப்பிடிக்க வைப்பது மட்டுமே
உண்மையான காதல்..!

****

மின்னலாக

அவள் நினைவு வந்து போன பின்
மழை பெய்கிறது என் கண்களில்..!

****

கண்ணீர்த் துளிகளால்
நிரப்பிக் கொண்டிருக்கிறேன்
அவள் முத்தமழை பொய்த்ததால்
வற்றிப்போன என் கன்னக் குளங்களை..!

****

மீசைவைக்கக் கூட

அசிங்கமாக இருக்கிறது

காதலில் தோற்றபின்பு..!

****

என் சோகம் மறைக்க

நான் வைத்த தாடியும்

என்னை சோகமாய்க் காட்டுகிறதாம்..!

****

கண்ணாடி பார்க்கும் போதெல்லாம்

தாடி என்னிடம் சொல்கிறது

"நீ தோற்றதால் நான் வாழ்கிறேன்"

****

காதலிக்காதவர்கள்: கிணற்றில் தவளைகள்

காதலிப்பவர்கள்: வானத்தில் பறவைகள்

காதலில் தோற்றவர்கள்: தரையில் மீன்கள்

****

என் உணர்ச்சிகள் எல்லாம்

உயிரற்றுக் கிடக்கின்றன

நான் எழுதிய கவிதைகள் இன்னும்

உன்னைச் சென்று சேராததால்..!

****

எப்படித்தான் நான் மறைத்தாலும்

நாம் பிரிந்து விட்டதை

ஊருக்கெல்லாம் சொல்லி விடுகின்றன

தூக்கம் தொலைத்த என் கண்களும்

சோகம் தழுவிய என் கவிதைகளும்..!

****

நான் ஆசையாய் வாங்கிச்சென்று

அவள் வாங்கமறுத்த ரோஜா

இதழ்கள் மூடி அழுகிறது

கண்ணீரால் கனவுகள் கழுவும்

முதிர் கன்னி போல..!

****

மருத்துவம் ஏதுமில்லா

மன வியாதி

காதல்..!

****

நானும் இருக்கிறேன்

அவளும் இருக்கிறாள்

காதலைத்தான் காணோம்..!

****

எங்கள் காதலுக்குக் கல்லறை கட்டினோம்
நானும் அவளும் சேர்ந்து..!
கல்லறையில் எழுதி வைத்தோம்
"கோழைகள் காதலிக்காதீர்கள்" என்று..!

****

வெற்றியடைந்த காதலின் ஆரம்ப காலங்கள்
மறக்க முடியாதவை
தோல்வியடைந்த காதலின் ஆரம்ப காலங்கள்
நினைக்க முடியாதவை..!

****

உன்னை நான் இழந்த பின்னர்
கவிதை எழுத நினைக்கையில் எல்லாம்
கவிதையாய் வாழ விருப்பம் இல்லாமல்
தற்கொலை செய்துகொள்கின்றன
என் வார்த்தைகள்..!

****

உன்னை மறக்க வேண்டும்
அதற்கு நான்
என்னை மறக்க வேண்டும்
அதற்கு நான்
மதுவில் மிதக்க வேண்டும்

****

மரண மென்னும் மாய மனிதன்
என்னுயிரைப் பறித்துப் போகும் போதும்
என்காதல் மட்டும் தப்பிப் பிழைத்து
உன்னை நினைத்து உருகிக் கிடக்கும்

சொர்க்கம் துறந்து வானம் திறந்து
பூமி தேடும் உன்பூமி தேடும்
என்காதல் வாழ உன்பூமி தேடும்
உயிரை இழந்தும் காதல் வாழும்

****

உன்னோடு பேசாத என் விடியலில்
வானம் பாடிகள் வாயை மூடும்

உன்வாசம் நுகராத என் காலையில்
மலர்கள் எல்லாம் வாசனை துறக்கும்

உன்னைக் காணாத என் பகலில்
சூரியன் பார்வை சுத்தமாய் மங்கும்

உன்குரல் கேளாத என் மாலையில்
இசைகள் எல்லாம் இறந்து கிடக்கும்

உன்னைத் தீண்டாத என் இரவில்
காற்று கூடக் கண்ணீர் வடிக்கும்

நீயும் நானும் சேராமல் போனால்
ஒர்நாளும் நிலவு நம்தேசம் வராது

****

அந்தக் கடற்கரையைக் கேட்டுப் பாரு

எங்க கவலைகளை அது சொல்லும்

அந்த வெண்ணிலவைக் கேட்டுப் பாரு

எங்க வேதனையை அது சொல்லும்

அந்தத் தலையணையைக் கேட்டுப் பாரு

நாங்க தவிச்சகதை அது சொல்லும்

அந்த அலைபேசியைக் கேட்டுப் பாரு

நாங்க அழுதகதை அது சொல்லும்

கண்ணீர் விட்டுக்

கதறி அழுதிட

மனசும் நினைக்குது

நினைவுகள் கொதிக்குது

காதல் இல்லா

உலகத்தில் வாழ்ந்திட

இதயமும் மறுக்குது

மூளையும் வெடிக்குது

நாங்க பிரிவோமுன்னு நினைக்கலையே

அந்தக் கொடுமையும் தான் நடந்துருச்சே

அந்தக் கடவுளுக்கும் கண்ணில்லையே

எங்க உடம்புல தான் உயிரில்லையே

காதல்கார கிளியே

நமக்கு அதிர்ஷ்டம் இல்லடி

****

"எங்கிருந்தாலும் வாழ்க"

கோழைக் காதலர்களின்

கடைசிக் கவிதை இது..!

****